present

BANG
BANG
BANG
BANG
Ba
BANG
BANG
BANG
BANG

ng
BANG
BANG
BANG
BANG
BANG
BANG

BANG
BANG
NEW!

Ba

ng

BANG
BANG

Ba

ng

TIRES

Ba

ng

TIRES

Ba

ng

SINCE 1921
VEGETABLES & FRUIT

Ba

ng

VEGETABLES & FRUIT

Ba

ng

SINCE 1921
VEGETABLES & FRUIT

eeeeeeee

eeeeee

VEGETABLES
&
FRUIT

VEGETABLES
&
FRUIT

TIRES

Ba

ng

BANG

BANG
TIRES
BANG
TIRES

BANG
TIRES
FRUIT

Leo Timmers and Gecko Press